சக்தி ஜோதி

திண்டுக்கல் மாவட்டம், அய்யம்பாளையத்தைச் சேர்ந்தவர். சங்க இலக்கியத்தில் முனைவர் பட்டம் பெற்றுள்ள இவருடைய முதல் கவிதைத்தொகுப்பு 'நிலம் புகும் சொற்கள்' 2008ல் வெளிவந்தது. இந்நூல் இவரது பதினோராவது கவிதைத் தொகுப்பாகும். சங்கப் பெண் கவிதைகளை நவீன வாழ்வியலோடு ஒப்புநோக்கி கட்டுரைத் தொகுப்பு ஒன்றும் எழுதியுள்ளார்.

திருச்சி பாரதிதாசன் பல்கலைக்கழகம், மதுரை காமராசர் பல்கலைக்கழகம், திருநெல்வேலி மனோன்மணியம் சுந்தரனார் பல்கலைக்கழகம் ஆகியவற்றில் இவருடைய கவிதைகள் பாடத்திட்டத்தில் வைக்கப்பட்டுள்ளன. தமிழக அரசின் நூலக விருது, திருப்பூர் தமிழ்ச் சங்க விருது, சிற்பி இலக்கிய விருது ஆகியன கவிதைகளுக்காக இவர் பெற்றிருக்கும் விருதுகள்.

கவிதைகள் தவிர, சங்கப் பாடல்கள், நவீன இலக்கியம், நீர் மேலாண்மை, கல்வி, சுற்றுச்சூழல், விவசாயம் ஆகியவை சார்ந்த கட்டுரைகள் எழுதி வருகிறார். விவசாயம் மற்றும் பெண்கல்வியை முன்னிலைப்படுத்தி செயல்படும்விதமாக தனியார் நிறுவனம் தொடங்கி, தேசிய வேளாண்மை மற்றும் கிராம மேம்பாட்டு வங்கியுடன் இணைந்து பல்வேறு ஆக்கப்பணிகளை மேற்கொண்டு வருகிறார்.

மூங்கிலரிசி வெடிக்கும் பருவம்

சக்தி ஜோதி

டிஸ்கவரி பப்ளிகேஷன்ஸ்
எண்: 9, பிளாட் எண்: 1080A, ரோஹிணி பிளாட்ஸ்
முனுசாமி சாலை, கே.கே.நகர் மேற்கு,
சென்னை – 600 078. பேச: 99404 46650

மூங்கிலரிசி வெடிக்கும் பருவம்
ஆசிரியர்: சக்தி ஜோதி©

MOONGILARISI VEDIKKUM PARUVAM
Author: Sakthi Jothi©

Printed at: Ramani Print solutions, Triplicane, Chennai - 600 005.
First Edition: June - 2016; 3rd Edition: Sep - 2021
ISBN: 978-93-84301-20-0
வெளியீட்டு எண்: 0014
Pages: 80

Rs.100

Publisher • *Sales Rights*

Discovery Publications	**Discovery Book Palace (P) Ltd**
No. 9, Plot,1080A,	No. 6, Mahaveer Complex,
Rohini Flats,	Munusamy Salai,
Munusamy Salai,	K.K.Nagar West,
K.K.Nagar West,	Chennai-600 078.
Chennai - 600 078.	Ph: (044) 4855 7525
Mobile: +91 99404 46650	Mobile: +91 87545 07070

discoverybookpalace@gmail.com
WWW.DISCOVERYBOOKPALACE.COM

இந்த நூலில் பிரசுரமாகியுள்ள எந்த ஒரு பகுதியையும் பதிப்பாளர் அல்லது நூலாசிரியரின் எழுத்து பூர்வமான முன்அனுமதி பெறாமல் எடுத்தாள்வதோ, மறுபிரசுரம் செய்வதோ, மொழியாக்கம் செய்வதோ, அச்சு மற்றும் மின்னணு ஊடகங்களில் மறுபதிப்பு செய்வதோ, காப்புரிமைச் சட்டப்படி தடை செய்யப் பட்டுள்ளது. இந்த நூலிலிருந்து குறிப்பிட்ட பகுதிகளை மேற்கோள்காட்டி புத்தக விமர்சனம் செய்ய, ஊடகங்களுக்கு மட்டும் அனுமதி உண்டு.

உங்கள் மொபைல் போனிலிருந்து ஸ்கேன் செய்து 'டிஸ்கவரி புக் பேலஸ்' மொபைல் ஆப்பை டவுன்லோடு செய்து, புத்தகங்களை வாங்குங்கள்.

நன்றி

உயிர் எழுத்து
காலச்சுவடு
அம்ருதா
செம்மலர்

அவள்தான் நான்

மலைப்பாதையில் கைவிடப்பட்ட வீடொன்றை சமீபத்துக் கோடையில் பார்த்தேன். தீயில் கருகியதுபோல இருந்த, அந்தக் கல்வீட்டில் படர்ந்திருந்த கொடிகள் எல்லாம் காய்ந்து கிடந்தன. அரவமற்ற அந்த வீட்டின் தனிமை அங்கு வாழ்ந்து நகர்ந்தவர்களின் வாசனையைக் கொண்டிருந்தது. ஒரு சிறுமழைக்குப் பிறகு மறுபடியும் அந்தப்பாதையில் செல்லவேண்டியிருந்தது. திரும்பவும் உயிர்ப்பிடிக்காது என நான் நினைத்திருந்த அந்தக் காய்ந்த கொடிகள் பச்சையாகத் துளிர்த்திருந்தன. மேலும் அந்த வீட்டில் ஒரு பெண் குடிவந்திருந்தார். பக்கத்து மலைக் கிராமத்தைச் சேர்ந்த அவர் தன்னுடைய கணவனோடு அங்கே இருப்பதாகவும், கணவன் பகலில் காட்டுக்குள் போய்விடுவார் எனவும் வெயிலில் காய்கிற காப்பிக் கொட்டையைக் காவல் செய்தபடி இவர் மட்டும் பகலில் தனித்திருப்பதாகவும் சொன்னார். அவர் திரும்ப வரும் வரையில் பேச்சுத் துணைக்கு அங்கே ஆள் இல்லை. மின்சாரமோ தொலைக்காட்சிப் பெட்டியோ அலை பேசியோ எதுவும் கிடையாது. அந்த வீட்டின் தனிமையின் வெளிக்குள் அந்தப் பெண் என்ன பேசிக்கொண்டிருப்பார். அடிப்படை வசதிகள் ஏதுமற்ற வீட்டில் அவள் தனித்திருப் பதன் வாழ்வியல் சூழல் என்னைத் தொந்தரவு செய்யத் தொடங்கியது.

தனித்திருந்தவளின் வெளியை வெறித்த மௌனமும், அந்த வீட்டின் உள்ளிருந்து வந்த அடுப்புப் புகையும், உலை கொதித்து சோறு பொங்கும் வாசமும் என்னைத் தொடர்ந்து கொண்டிருக்கிறது. எப்போது வீடு திரும் புவான் எனத் தெரியாமல் காத்திருக்கும் பெண்ணைப் போல அந்த வாசனையும் காத்திருப்பதாகப் பட்டது.

தனிமையின் வெளியில் தன்னைக் கரைத்துக்கொள்ளத் தடுமாறுகிற பெண்களை காணும் பொழுதெல்லாம் என்னை நான் அவர்களாகக் கற்பனை செய்து கொள்கிறேன். அவர்களின் துயரம் என்னை ஆட்கொள் கிறது. அந்தத் துயரத்தினை நானும் வாழ்ந்து பார்க்கிறேன்.

சங்க இலக்கியத்தில் முனைவர் பட்ட ஆய்வுக்காக சங்கப் பாடல்களைத் தொடர்ந்து வாசிக்கிறேன். இதற்கு முன்பாகவும் சங்க இலக்கியத்தில் மிகுந்த ஈடுபாடு இருந்தது. காலங்காலமாக பெண்களின் நிலை மாறாமல் ஒரு வட்டத்திற்குள் சுழலுவதை இந்த வாசிப்பின் வழியாக நான் கண்டடைந்தேன். அது சங்ககாலம் என்பதாகக் கடந்துவிட இயலாது. நவீன காலத்திலும் பெண்ணின் வாழ்வென்பது ஒற்றைப் புள்ளியிலேயே சுழலுவதாகத் தோன்றுகிறது. ஒரே வாழ்வையே எல்லாப்பெண்களும் திரும்பத்திரும்ப வாழ்கிறார்கள். அல்லது ஒரே பெண்தான் திரும்பத்திரும்ப வாழ்ந்துகொண்டிருக்கிறாள் எனத் தோன்றியது.

நான் சொல்வது அவளைத்தான். அல்லது அவளைச் சொல்வது வழியாக நான் என்னைச் சொல்கிறேன் என்பதாக இந்தக் கவிதைகள்.

தொடந்து என்னை எழுத ஊக்கப்படுத்துகிற நண்பர்கள் அனைவருக்கும் எப்பொழுதும் என்னுடைய அன்பும் நன்றியும்.

இந்தத் தொகுதியை நூலாகக் கொண்டுவருகிற டிஸ்கவரி புக் பேலஸ் பதிப்பகத்திற்கும் நண்பர் வேடியப்பன் அவர்களுக்கும் என்னுடைய அன்பும் நன்றியும்.

தொடர்ந்து நான் எழுதுவதில் உடனிருக்கிற சக்திவேல், திலீப்குமார், காவியா மற்றும் என் குடும்பத்தினருக்கு என்னுடைய பிரியங்கள்.

சக்தி ஜோதி

05-06-2016

தொடர்புக்கு:

இராமலிங்கநகர்
அய்யம்பாளையம் - 624204
திண்டுக்கல் மாவட்டம்.

shakthijothi@gmail.com

உப்புப்படிந்த இசைக்குறிப்பு

துயருற்ற மனதின் இயலாமையை
உணர்கையில்
செய்யவேண்டியது ஒன்றுமில்லை

பழமையான நாட்டுப் பாடலொன்றின்
சொல்லெடுத்துப் பாடலாம்
அல்லது
பண்டைய கடலோடியின்
உப்புப்படிந்த இசைக்குறிப்பொன்றை
வாசிக்கலாம்

அப்போது
முந்தைய காலத்தின் இசை
இடம்பெயர்ந்து
மனதில் படிந்திருக்கும்.

∎

திமிரும் அருவம்

பாறையிடுக்கில்
மினுங்கிச் சரியும் அருவி
உடலற்ற பெருநிலையை
அடையச் செய்துவிடும்
என்பதெல்லாம் அறியாது
பள்ளத்தாக்குகளில் சுற்றித்திரிகிற ஒருத்தி
மலையோடையொன்று பொங்கி
அவள்மீது பாய்ந்தபொழுது
துள்ளுகிற வெள்ளிமீனெனச் சிலிர்த்தாள்
திமிரும்அருவம் புனல் குடைந்து ஆட

∎

உப்பின் ஒளிர்வு

கொந்தளிக்கும் குமிழிகள்
ஓரப் பாறைகளில் மோதிச் சிதறும் உரசலில்
தன்னைக் கரைத்துக் கொள்கிறாள்.

காற்றின் பேரலைவில்
எல்லையற்று விரிகிறது
உடலுக்குள் கடல்

எப்போதும் மணக்கிற அலை வெளியில்
ஒரு கணம் தாபம்
மறுகணம் துயரமென
நுரையமிழ்ந்துயர
ஒளிர்ந்து பிரகாசிக்கின்றன
உப்புத்திவலைகள் அவளுக்குள்.

■

அடவு

ஒரு தாளத்தின் ஒரு காலடியையும்
உடலின் ஒரு நிலையையும்
ஆடல் முத்திரையின்
கையசைவு ஒன்றையும் இணைத்து
ஒரு நிலையிலிருந்து இன்னொன்றிற்கு
ஆட்டத்தின் மூலம் அடைகிற
நடனத்தின் அடவுகளில் தெளிந்திருந்தவள்
மைவிழி விரிய
விரிந்து பின் கவிழ
நெக்கு உருகி
நீர் கசிய ஆடினாள்
அவள் ஆடலில் நெகிழ்ந்து
நிலம் அதிர அவனும் ஆட
ஊர் முழுக்க ஒளி.

■

மையல்

தழல் மேனியுடைய ஒருத்தி
குனிந்து சலங்கை அணிந்து
நடனத்திற்குத் தயாராகும் நிலையை
அதிகாலையிலேயே நினைத்துக்கொண்ட
சித்திரம் வரையும் ஒருவன்
இசையையும் தாளத்தையும்
அதன் வல்லின மெல்லினங்களையும் வாங்கி
உயிர்த்தெழும் அவளின் பாதங்களை
வரையத் தொடங்கினான்

ஆடலில் மெய்மறந்த
விழிகளுடன் இருக்குமவளின்
உயிர்த்த பாதங்களிலிருந்து
ஒலிக்கும் சொற்களில்
யாவருமே கிறங்கியிருப்பதாக
இறுமாந்திருந்தாள் அவள்

தாளக்கூறுகளின் விசித்திரக்கூர்மையில்
அசையும் அவள் உடலையும்
அதன் நெளிவுகளின் குழைவையும்
மனதில் ஏந்தியபடி
செஞ்சாந்துக் குழம்பிட்ட
அவளின் பாதங்களை வரைந்து முடிக்கையில்
பாதி மூடிய விழிகளுடையவள்
அவனிடத்தில் வசியப்படிருப்பதாக
நினைத்துக்கொண்டான் அவன்.

∎

அழைப்பு

அவள்அறிந்ததெல்லாம்
தழையாடையும்
சுழன்றாடி
வருடுகிற காற்றும்
தவிர
துளிர்க்கும் புதிய இலைகளின் வாசம்
இலைகளை உதிர்க்கும் காம்புகளின் முதிர்வாசம்
மண்ணிலிருந்து அறுந்து சரியும் வேரின் வாசம்
நிலத்தைக் கீறி வெடித்துயிர்க்கும் விதைவாசம்

பறவைகளின் குரலில் சோம்பல் முறித்து
பள்ளத்தாக்குகளின் மறைவில் உடல்திறந்து
தன்னியல்பில் திரிந்தலையும்
காட்டின் மகள் அவள்

பருவத்தின் மையத்தில் இருப்பவளை
கண்களால் வருடியழைத்தான்
வேற்றுநிலம் சேர்ந்த அவன்

அந்தப்பருவத்தில்
அந்த அழைப்பு
அவளுக்குப் போதுமாக இருந்தது

அழைப்பில் கிறங்கிய
அவளுடலில்
மடிப்பு மலைகளின் பச்சையம்
அலையடிக்கத் தொடங்கியது.

∎

காதலில் நலிந்த மனது

தீண்டலின் எல்லை
தொலை தூரம் என்றாலும்
சட்டென்று
அவன் வந்துவிடுவான்
வந்ததுபோல மறைந்தும் விடுவான்

அதன்பின்
உன்மத்தம் பொங்கி
மூடிய கண்களுக்குள் பார்க்கவும்
திறந்தவெளியில் தொலைந்து போகவுமான
கிளர்ந்த நிலையில் இருக்குமவளிடம்
அவன் வந்து சென்ற தடயம்
எதுவுமில்லை
காதலில் நலிந்த அவளின் மனதைத் தவிர.

■

நிகழ்தல்

பனி பொழிகையில்
கூம்பிக்கிடக்கின்றன நெய்தல் மலர்கள்
இலையுதிர்கையில்
காலம் துளிர்க்கின்றது அதன் கிளைகளில்
கோடை தொடங்குகையில்
வாசம் திறக்கின்றன பூக்கள்
இதழ் விரிகையில்
தேன் துளிர்க்கத் தொடங்குகின்றது

ஒன்று நிகழ
இன்னொன்றும் நிகழ்கின்றது
வானம் தன்னைத் திறந்து கொள்கையில்
தீயெழுந்து பரவுகிற காதலாக.

■

புதிர்கள் அற்ற இரவுகள்

துகிலென வாசனையையே
உடுத்தியிருக்கும் ஒருத்தியை
இரவுகள் துரத்துகின்றன.

அவிழும் புதிர்களை
விரும்புகிற அவளுக்கு
புதிர்கள் அற்ற இரவுகள்
வெறுமையானவை

உடல் திறக்கும் அகிலின் வாசனையும்
மனம் விரும்பும் விடையொன்றுமாக
புதிய இரவொன்றை
கடந்து கொண்டிருக்கிறாள்

∎

பறவையின்
குரலைத் தேடி

இதற்கு முன்பாகவும்
இந்த ஒற்றையடிப் பாதையில்
வந்திருக்கிறாள்
அப்பொழுது அவனும் உடன் இருந்தான்

இலைகளின் அசைவையும்
சருகுகளின் சப்தத்தையும்
புதர்களில் எழும் சரசரப்பையும்
அருவியின் ஓசையையும்
கவனித்தபடி வந்த அவனிடம்
தோளோடு தோளுரசி
காதருகே பேசியபடியிருந்த அவளின் குரல்
பெயர் தெரியாத காட்டுப்பறவை ஒன்றின்
குரலை ஒத்திருப்பதாக
அவன் சொல்லியிருந்தான்.

நினைவில் அசைந்தபடியிருக்கும்
அவன் குரலை
அந்தக் காட்டுப்பறவையிடம்
இடம் மாற்றிவிட
தேடி நடக்கிறாள்
உதிர்ந்த சருகுகளின் அடர்வுக்குள்.

∎

விடுதலையின் நறுமணம்

இதற்கு முன்பான பேரின்பத்தை
மேலும் நிரப்ப வேண்டிய இன்னுமொரு பொழுதாக
இன்று உணர்கிறாள்

உடைந்து சிதறும் இரவுகளை
இதற்கு முன்பும் கடந்து வந்திருக்கிறாள்

அப்போதெல்லாம்
கண்ணீரில் நனைந்த தலையணையில்
முகம் புதைத்து
உறக்கம் தொலைத்த விழிகளினால்
சோர்வடைந்திருக்கிறாள்

இப்போதெல்லாம்
எதற்காகவும் மெனக்கெட வேண்டிய அவசியம்
அவளுக்கில்லை
நினைவின் இருள்
மனத்தில் படரத் துவங்குகையில்

அவளுக்கு
அந்தியில் மலர்ந்த பூக்கள்
தங்களை உவந்து பரிசளிக்கின்றன

இன்று அப்படியோர்
அற்புதக் கலவி நிகழ்ந்தது
காதலின் வாசனையில் போகித்து
அவனிடமிருந்த அவளையும்
அவளிடமிருந்த அவனையும்
கண்டடைந்த அவள்
விடுதலையின் நறுமணத்தால்
ஒளிரத் துவங்குகிறாள்.

∎

தீயின் நாவு

தீயினை
உண்டாக்குவது என்பது
அத்தனை எளிதில்லை
அதைப் பாதுகாப்பதும்

நெருப்புக்கற்களை உரசியோ
தீக்கடைக் கோலினால் தேய்த்தோ
பற்றிய நெருப்பில்
உணவு சமைத்தும்
சுடர்ந்த ஒளியை வழிபட்டும்
அடங்காது பரவியபொழுது
பயந்தும்
தீயின் மூலகங்களை அறியாமல்
வளர்த்தோம்
அணைத்தோம்
பாதுகாத்தோம்

நெருப்பை
அசைந்தியங்கும் தழல் எனவும்
இயக்கத்தின் காரணி எனவும்
உணர்ந்த பின்பு
நினைவில் படர்ந்து
உடலிலும் பற்றியெழும்புகிறது.

∎

காத்திருத்தலின் புனிதம்

அடுத்த மழைப் பருவத்திற்காக
காத்திருக்கும் என்னை
இந்தக் குளிர்காலம் தொந்தரவு செய்கிறது

காதலின் கதகதப்பு
மழைக்காலத்தில் கரைந்துபோக
சாபத்தில் தோய்ந்தவளாய்
நடுங்கிக்கொண்டு இருக்கிறேன்

பூக்களையும்
காய்களையும்
உதிரும் கனிகளையும்
இரு கரங்களில் ஏந்தி
பருவங்களாக மாறுபவள் நான்
என்றபோதும்

மழைக்காலத்திற்கு காத்திருப்பது
ஆதித்தாயின் மடிசேர்ந்த
காதலை மீட்டெடுக்கத்தான் என்பதை
அறிந்துகொண்ட காமம்
காத்திருத்தலின் புனிதத்தை
என் காதுமடல்களில் கிசுகிசுக்கிறது
இரவின் தனிமையில்.

■

அரூபமாய் எழுந்து

கனவுகளின் வழியே
வாழ்வின் திறப்புகளை
அறிந்து கொள்ள விரும்புகிற ஒருத்தி

கனவுகளை ஊடுருவிப் பார்க்கவும்
அந்தக் கனவுகளை
எவரிடமாவது பகிர்ந்துகொள்ளவும்
விருப்பம் கொண்டாள்

ஆழ்ந்த உறக்கத்தில்
ஆழ் மனதின் உள் விழிப்பு புரள்கையில்
அரூபமாய் எழுந்து
நினைவிலிருப்பதை எழுதி வைக்கவும்
பின்பு
அதே கனவை தொடரவும் விரும்புகிறாள்

பொழுதின் ஒளிர்தலில்
இரவின் விநோதங்களை அசைபோட்டவள்
அரூபத்தின் மேல் காதல்கொள்கிறாள்

உடலில் விரியும் பச்சைநிற இறகுகளோடு
அரூபம்
அவளை நோக்கி மிதந்து வருவதை
பார்க்கும் அவள் மயங்கிச் சரிகிறாள்
அரூபத்தின் மார்பில்.

■

அனுமதிக்கும் ஒரு சொல்

ஒரு சொல்
என்னை நிரப்பவும்

ஒரு சொல்
உன்னை மறுக்கவும்

ஒரு சொல்
அதைச் சொன்ன போதும்
அல்லது சொல்லாத போதும்
நாமின்றி
அது வெறும் சொல்.

ஒரு சொல்லைச் சொல்பவர் யார்
அதைப் பொறுத்து
அந்தச் சொல் உயிர்க்கிறது
அல்லது உதிர்கிறது.

ஒரு சொல்லைத் தொடர்வது
அந்தச் சொல்லால் மட்டும் அல்ல.

ஒரு சொல்லில்
காதல் நனைகிறது.

ஒரு சொல்லில்
காதல் மறைகிறது.

பயணங்கள் சொற்களைக் கண்டடைகிறது
கண்டடைந்த சொற்கள்
பயணங்களை மீட்டெடுக்கின்றன.

கனவின் விளிம்பில் ஒரு சொல்
அந்த ஒரு சொல்லில்
காதல் மலர
வாழ்வு ஒளிர்கிறது.

நிலத்தின் நீரூற்றைப் பெருகச்செய்யும்
அந்தச்சொல்
அனுமதிக்கும் ஒரு சொல்லுக்காகக்
காத்திருக்கிறது எப்பொழுதும்.

∎

மன அறை

என்னிடம் பகிர்ந்துவிடு என்கின்றன
பறவைகள்

என்னிடம் பகிர்ந்துவிடு என்கிறது
வானம்

எளிதில் பகிர்ந்துகொள்ள இயலாத
அனுபவம் வாய்த்தது
அவளுக்கு என்பதை அறியாமல்

ஆழமான
முயங்குதலின் நீட்சியாக

பறத்தலின் விளிம்பிலோ
மிதத்தலின் மய்யத்திலோ
அவளை
அவளுக்கு உணர்த்திய அதை

அனுபவப் பகிர்தலாக
அதன் வாசனையை
இழக்க விரும்பாமல்
மன அறைக்குள் அடைந்து கிடக்கிறாள்.

∎

எல்லாவற்றிற்கும் பதிலியாக

என்னிடம்
மலைகளும் மலைமுகடுகளும் இருக்கின்றன
மலைகள் மீது பெய்யும் மழை
வழிந்து
பச்சைத் தாவரங்கள்
துளிர்க்கச் செய்யும்படியாக

என்னிடம்
பரந்த சமவெளியும்
சாய்ந்த பீடபூமியும் இருக்கின்றன
அங்கே தழைத்திருக்கும் தாவரங்கள்
பூத்துக் கனியும்

என் சிரசில்
விரிந்த கடலும்
அங்கு எண்ணற்ற மீன்களும் இருக்கின்றன
அலைகளின் ஓயாதிருத்தலையும்
மனதின் துடிப்பையும் ஏந்தி

மேலும் என்னிடம்
திகுதிகுவென எரிந்து
கனலுகின்ற பெரு நெருப்பும் உண்டு

எல்லாவற்றிற்கும் பதிலியாக
உன்னிடம்
வேறு என்ன கேட்டுவிடப் போகிறேன்.

∎

சிறகசைக்கும் வெளி

வாசனைகளைப் பரப்பியபடி இருக்கும்
பட்டாம்பூச்சி சிறகசைக்கும் வெளியில்
ஒளி வளையமிட்டுச் சுழலுகிறது

மிகச் சிறியதாகத் துவங்கி
பின்பு சுழன்று சுழன்று
தீர்க்கமாகக் குவிகிறது

குளிர் விரல்களில்
வெப்பத்தை உணரச் செய்யும்
கனவுகளில்
உவப்பான நிலக்காட்சியென
விரிகிறது

பருவகாலத்தின் மறு வருகையிலும்
இசைந்திருக்கும் காட்சி

பூப்பின் வாசனையைச்
சிறகிலசைக்கிறது
சின்னஞ்சிறிய அந்த பட்டாம்பூச்சி.
■

துளிர்ப்பு

அவள் மழையை மழையாகப் பார்த்தது
அது நான்காவது முறை

முதல் முறையாக மழையை
அம்மாவிடம் அறிந்தாள்
இரண்டாம் மழையில்
மண் வாசம்
அடுத்தமுறை
யாரும் சொல்லித் தராமலேயே
முழுதாய் நனைந்தாள்

ஒவ்வொரு முறையும்
ஒவ்வொரு முகமாகத்
தோற்றம் காட்டுகிறது

இம்முறை
வெளியே நனைத்து
உள்ளே இறங்கி மயக்கமூட்டுகிறது

மாசி மழை
இப்படித்தான் உதிர்ந்த இலை துளிர்க்க
உள்ளிறங்கிப் பெய்யுமாம்
அம்மா தான் சொன்னாள்.

■

மின்னலின் சிறு கணம்

மீண்டும் ஒருமுறை
அந்தச் சொல்லைச் சொல்லிவிடத்
தூண்டியது மனம்

கூடுகையில் திளைத்திருக்கத்
தூண்டியது உடல்

ஒருமுறை இசைந்திருக்கவும்
ஒருமுறை இசைக்கவும்
ஒருமுறை
அந்தக் கனவை
மீண்டும் கண்டுவிடவும் தோன்றிய
மின்னலின் சிறு கணத்தில்
இயல்புக்கு மீண்டுவிட்டது மனம்.

∎

இசைக்கருவியாக

அப்போது அவன் ஒலியாக இருந்தான்
பூர்வக் குடியின் இசையை
அவ்விதமாகவே தொடங்கினான்

ஆரம்பச் சுரத்தை
நுட்பமாகப் பொருத்தி
அந்நிலத்தின் பாடலாகவும்
இலையிலசையும் காற்றாகவும்
பூவில் கசியும் தேனாகவும்
பின்பு
உள்ளிருந்து எழுப்பிய ஓசையில்
அவளை இசைத்தான்

ஒன்று மூன்று ஐந்து ஏழில் தொடங்கி
ஆயிரம் நரம்புகளைக் கொண்ட யாழினை
இசைக்கப் பழகியிருந்த அவன்
கடற்பாறையின் மேலமர்ந்து
இசைக்கருவியென மீட்டினான்

இசைந்திருக்கும் அவளிடத்தில்
பெருங்கடலைப் பொங்கச் செய்கிற
இரகசியப் பாடல்களைப் பாட

நாதத்தில் கிறங்கும்
அவளது உடலை
சுவைக்கும் கலைஞன்
ஆகியிருந்தான்

இசையின் வழித்தடத்தில்
தன்னையவள்
ஒப்புக்கொடுக்கும் காலம் வரையில்
அவன் தன்னை கலைஞனாக
உணர்ந்துகொண்டிருப்பான்.
■

ஆவியாகாத வாசனை

காட்டுப்பூக்களைச் சூடி
தழையாடை உடுத்து
பழங்களைச் சுவைத்து
அடர்ந்த காட்டில் சுற்றித் திரிந்து
பாறைகளின் இடுக்குகளில் உறைபவள்
காட்டுத் தாவரமென
சுடரும்
அவனைக் கண்டாள்

இலைகளின் பழுப்பு
பூக்களின் மகரந்தம்
பழங்களின் முதிர்வு
மற்றும்
வேர்களின் பிரத்யேக வாசனையை
அவளுக்கு அறிவித்தான்

நீரூற்றுவதைப் போல
அவள் பாதங்களில்
முத்தமிட்டான்
அதன்பின்
காட்டுப்புற்களின் வாசனை
அவளை ஈர்க்கத் தொடங்கியது

ஆவியாகாத
சுரப்பின் வாசனையுடன்.
∎

முழுமை

அறிவாயா

நீயும்
நானும்
நம்மிலிருந்து நீலமலைகளை எழுப்புகிறோம்
அதன் பள்ளத்தாக்கில்
லில்லிமலர்களைப் பூக்கச் செய்கிறோம்
வெண்மையாக பூத்திருக்கும்
அந்தப் பூக்களில் கசிந்திருக்கும் அன்பை
சுவைக்கிறோம்

அப்போது பொலிவுறுகிற
நம் முகங்களில்
நான் உன்னையும்
நீ என்னையும் அடைந்திருப்பதையும்
அப்போது நாம் இல்லாமல் இருப்பதையும்
அறிந்திருக்கிறாயா

ஒருவேளை
உன்னுடைய அறியாமையே
என்னைவிடவும்
உன்னை முழுமையாக்குகிறதோ.

∎

அதிர்வலை

குயிலோசை கேட்டு விழித்தாள்
அதுவரை அவளை
நிலம் என்று தான் நினைத்திருந்தாள்
அதுவும்
செவ்வரளி பூத்திருக்கும் நிலமென்று

தாங்குதலும் பூப்பதும்
நிலத்தின் தொழிற்படுதல்
தாங்கினாள்
பூத்தாள்
பூப்பின் வலி அறிந்தாள்

புராதன வாசனை படர்த்தும்
முத்தங்களை
நிலமெங்கும் பெற்றுக்கொண்ட பொழுது
அவளின் தீ பற்றிக்கொண்டது

தீயின் வெம்மை பரவ
குறைந்த அதிர்வலையில்
ஒளியெழுப்பும்
சின்னஞ்சிறு பறவையென
தன்னுடலை அறிந்தாள்
அதன்பின்
குயிலின் வசீகரமும்
அது பறந்து மிதக்கும்
வானமும் ஆகியிருந்தாள்.

■

அதுவென

அவன்
சொல்லக் கேட்டவுடன்
அதுவெனவே ஆகிவிடுவாள்

அலை ததும்பிக் கொண்டிருக்கும்
நதியென அவளைச் சொன்னபோது
பொங்கித் ததும்பினாள்

பொழியும் மழை
எனக் கேட்டவுடன்
அடர்ந்து பொழிந்தாள்

கிளைத்து ஒளிரும் மின்னல் என்றவுடன்
வசப்பட்டு ஒளிர்ந்தாள்

அவன் சொல்லை
உடலினுள் ஊடுருவ
அனுமதிக்கிற அவள்
நனைந்த சிறகை அசைக்கும் பறவை
என்று அவன் சொன்னபொழுது
நீரிறைக்கும் கிணற்றின்
ஓசை என்றானாள்.

■

கடல் அனுபவம்

உடலிலிருந்து
நதிகள் பெருக்கெடுப்பதாக
நம்புகிற அவளுக்கு
கடல் பார்த்தலும்
கடற்பயணமும் மிக விருப்பமானவை

தற்செயலாகத்தான்
கடலின் விரிவும் ஆழமும் பற்றிச்
சிந்திக்கத் தொடங்கினாள்
அதன் பின்பே
எல்லாம் நிகழ்ந்தன

வேறு திசை நோக்கிய பார்வையையும்
நிலவின் பாடலையும்
கனவின் உன்மத்தத்தையும்
வெளியின் சூனியத்தையும்
ஒருசேர அறிந்து கொண்டது
கடலின் வெளியில்

சாரமற்றுப் போகாதிருக்கும்
வாழ்வுக்கான சாத்தியங்களை
அடையாளங்களாக
கடல் அனுபவங்கள் கொடுத்தன
கூடவே
காமத்தின் நீலத்தையும்
கரிப்பின் வாசனையையும்.

பால்யக் கதைகளின் அனுபவம்

பால்யக் கதைகளின்
பரவசத்தில் லயித்திருக்கையில்
தொலை நிலத்திலிருக்கும்
பிரியத்தின் அழைப்பில்
விலாவின் பக்கங்களில்
இறகுகள்
முளைவிடுகின்றன

கிளி
அல்லது
அது போன்ற ஒரு பறவை
அல்லது
ஒளிரும் அதிசயப் பூ
அதிலிருக்கிறது அவளின் சிறிய உயிர்

அடர்ந்த ஆகாயம்
அன்பைப் பொழியத் தொடங்குகையில்
மேலும் பூத்திருப்பாள்

ஒற்றைப் பூவின்
ஒவ்வொரு இதழிலும் பூப்பின் வாசம்

ஏழுகடல்
ஏழு மலை
அதைத் தாண்டி
சாகசங்களின் பயணம்

அழைப்பின் நீட்சியாக
ஆரத்தழுவி மணக்கையில்
பறவையாகி மிதப்பாள்
அப்பொழுது
ஆயிரம் இதழ்களாகி
அன்பில் கசிந்து பெருகுவாள்
நிலமெங்கும் அவள்.

மௌனத்தின் சலனமின்மை

அவன் வாழ்வு
துளியெனத் தொடங்கி
பேருவியெனத் தாழ்ந்து
விரிந்த நதியாகியது

சுழல்களும் இருளும்
அவனைச் சூழ்கையில்
அவள்
தன்னுடைய மௌனத்தின்
சலனமின்மையில் தாலாட்டுகிறாள்

அவனுடைய விருப்பங்கள்
அவனுடைய கொண்டாட்டங்கள்
அவனுடைய துயரங்கள்
யாவற்றிலும்
தன்னை இழக்குமவள்
எதையும் நிறுவுவதற்கு மெனக்கெடுவதில்லை

அன்றாடத்தின் வெளிச்சம் காணாத
காதலில்
தோய்ந்து இயங்குகிறது
அவளின் வானமும் நிலமும்.

■

விதைப்பின் இரகசியம்

இம்முறை
கோடை என்பது
முத்தமாக தொடங்கியிருக்கிறது

அவளின் கோடைக்காலம்
மல்லிகையின் வாசமாக
நதியில் ஆடுவதாக
மரக்கிளையில் அசைவதாக
குயிலின் கூவலாக
தெருவெங்கும் அலைவது

இந்த வெம்மையை
இவ்விதமாகச் சந்திப்பதும்
கோடைமழையை எதிர்கொள்வதும்
அவள் அறியாதவை

விதைப்பின் இரகசியங்கள்
உடலின் நீரோட்டங்களாக
அவளின் புரிதலில்
தகிப்பின் சுவை அறிந்தாள்.

∎

பருவங்களின் முழுமை

காற்றோடு
இசைந்திருக்கும் அவளுக்கு
ஒவ்வொரு பருவத்தின் நினைவும்
அசைந்தபடியிருக்கிறது எப்பொழுதும்

ஈன்றபசுவின் மழைக்குரல்
வசந்தத்தின் அரசிலைத் துளிர்ப்பு
வேம்பின் உதிர்பூக்கள்
கனிகள் முதிரும் வாசம்
என
மனத்தின் இடுக்குகளிலிருந்து
சுழன்றெழும் நினைவுகளினால்
தன்னைக் கட்டியிருந்தாள்

பனியடர்கவு இரவுகளை
நீட்டிக்க விரும்பி
சாத்தியப்படாத கணங்களில்
சலிப்படைந்த அவளிடம்
பருவங்கள்
தன்னை முழுமை செய்தன
பெருகி வழியும் நீர்த்தாரைகளில்

காற்றின் இரகசியத்தை
அவளுக்குத் திறந்தபடி.

■

அவிழும் வாசனை

நிலா நாளின்
ஒளிர்வில் அமிழ்கிறவளை
பின்கட்டு சாளரத்தின் அரைநிலா
தன் அடுத்த பாதியில்
அவளை உயிர்ப்பிக்கிறது

அவள் கூந்தல் அவிழும் வாசனையை
மீதி நாட்களுக்குள்
அவனுக்கு அறிவித்துவிடும்.

■

வானம் என்பது கற்பிதம்

வானத்தின் கீழே
அனைத்தும் நிகழ்வதாக
நம்புகிற அவளை
பரவும் தொழுவத்து வாசனையும்
கால்மாற்றி நிற்கும் எருதுகளின் ஓசையும்
விழித்தெழச் செய்தன

நினைவுகளின் அடர்வில்
சொற்களாகச்
சேகரம் ஆகியிருந்தவன்
பிசினெனச் சுரந்தான்

நிகழ்த்தும்
சொற்களின் வலம்
உள்ளிருந்து தொடங்க
தேராழியென அசைந்து சுழலுகிறது

காமத்தின் நாவுகள்
அசைவுகொள்ளும் பின்னிரவில்
மாடத்திலிருந்து வெகுதொலைவு
பறக்கத் தொடங்கினாள்
வெளியை நோக்கி

வானம் என்பது
கற்பிதம் என்பதை அறியாமல்.

■

காதலை உடலாகவும்

பிற்பகல் வெயிலின்
சோம்பலான நகர்தலைத்
தொடர்கிறாள்

தனக்கு நிகழ்வன எதையுமே
அகற்றவியலாத நிலையில்
தனிமை
மேலும் துயர் செய்கிறது

அடர்மௌனத்தில்
உறைந்திருக்கும் சொற்களை
உருகச் செய்யும்
பிரத்யேகச் சொற்களுக்குத்
தாகித்திருக்கிறாள்
அல்லது
நினைவில் பதிந்திருக்கும் உடலை
அகற்ற முனைகிறாள்
காதலை
உடலாகவும் அறிந்திருக்குமவள்.

■

எதன் பொருட்டும்

எதன் பொருட்டும்
மரணம் பற்றிய
சிந்தனை இல்லாதவள்
அறிந்துகொண்டாள்
முத்தம் என்பது
மரணத்தின்
சுடர்தலுடையதென

∎

நிலவின் போக்கில் சுழலுதல்

நிலவின் சுழற்சியில்
பெண்மை நிறைந்து கரைந்தது
வளர்ந்து ஒளிர்ந்தது

காதலின்
துணையுடன்
முந்தின நிலாநாளை நனைத்தாள்

ஒளித்துவைக்க இயலாத
வேட்கை
அவளை மேலும் பலவீனமாக்கியது

வளர்ந்து
தேய்ந்து
தடுமாறுகிற உணர்வுகளில்
தோய்ந்தாள்

நிலா தன்போக்கில் சுழல
இவள் அதன்போக்கில்
பொங்கித் தணிகிறாள்.

■

தளிர்ப் பருவத்தைக் கொண்டாட

பளிங்கு மனதிலிருந்து
பழங்குடியின் இசை ஒலிக்க
நடனமிடும் கால்கள்
அவளுடையவை

கீழைத்தேச நடன அசைவுகளின்
குறியீடுகளை அறிந்திருப்பவள்
இச்சைகொண்ட மனத்தின் ஆழத்திலிருந்து
அழைப்பின் குறியீட்டை
இரகசியமாக்கினாள்

நிலத்தின்
தளிர்ப்பருவத்தைக் கொண்டாடும்
நடனத்திலிருந்து உணரும்
இரகசியம்
நறுமணம் மிக்கது.

∎

கூடலின் நிறைவு

வெள்ளை இதழுடன்
கொத்தாகப் பூத்திருக்கும்
மலை அரளியின்
இளமஞ்சள் உள் வட்டத்தில்
முத்தமிட்டாள்

தீயெழுந்து பரவியது
அவளுள் வாசனையாக

தீராத பரவசத்தில்
காண்பன யாவற்றையும்
கட்டிக்கொண்டாள்

யாவற்றையும் தழுவும்படி
யாவற்றையும் முத்தமிடும்படியாக
கூடலின் நிறைவு
அவளை அணிசெய்திருந்தது

இலையுதிர் காலம் முடிவுக்கு வந்தது
வெறுமையில் அமிழ்ந்திருந்த மனமும்.

■

அசைவு

அந்த இணைப்பறவை
கூட்டிலிருந்து வெளியேறி
தங்களுக்கான ஆகாயத்தை
நெய்யத் தொடங்கின

நீவுகிற
சின்னச்சிறு இறகுகள்
காயமுற்ற மனத்தை அசைத்தன

காதலின் ஒளிர்வில்
வெளியெங்கும் நீலத்தைப் பரவச்செய்தது

பரவிய நீலத்தில்
உயிர் தரித்தது
புதிய ஒரு பறவை.

∎

காதலில் நோயுற்ற மனம்

காற்று ஓலமிட்ட
முந்தின தினத்தின் மாலையில்
காரணமேதுமற்று அழுதிருந்தாள்

மழைவரும்போல இருந்த
அந்த மாலையில்
பறவைகள் சுழன்று திரும்பிய
வானத்தை அவதானித்தபடி இருந்தாள்

காதலில் நோயுற்ற மனத்தின்
கண்ணீருக்கும்
கொண்டாட்டத்திற்கும்
வேறு காரணங்கள்
வேண்டியிருக்கவில்லை
என்பதை
முத்தங்களை
குரலில் கசியவிட்டபடி
பேசிக்கொண்டிருக்கும்
காதல் பறவைகளிடம்
அறிந்துகொள்ளத் தொடங்கினாள்.

■

கனவுகளினால் நிரம்பியே

நினைவுகளில் ஆழப்பதிந்திருப்பவையே
கனவுகளாக
இரவுகளின் காட்சிவெளியைத்
திறக்கின்றன
மேலும்
நிறைவேறாத
சிறியதிலும் மிகச்சிறிய விருப்பங்களும்
ஆயிரமாயிரம் இறகுகளை விரித்து
சுழன்று பறந்து
முழு இரவையும்
அதிரச் செய்கின்றன

அவளுடைய இரவுகள்
கனவுகளினால் நிரம்பியே இருக்கின்றன.

∎

முன்பு போலவே

முன்புபோலவே
அதே அறையில்
அவனுடன் தான் உறங்குகிறாள்
முன்பு போலவே
பருத்தியிழை விரிப்புகளும்
பஞ்சுத் தலையணையும்
வெள்ளை நிறம்
முன்பு போலவே
கூடலுக்கும் அனுமதிக்கிறாள்

முன்புபோலவே அல்லாத
கனவுகளுக்குள் நகர்ந்திருந்தாள்
மரணத்தின் வலியுணர்த்திய
அவனுடைய
ஒற்றைச் சொல்லில்.

∎

ஒருவர் கனவினை

நிர்வாணத்தின் கதைகளால்
நிரம்பியிருந்த இரவுகளின்
அந்தரங்க வழித்தடத்தை
உணர்ந்துகொண்ட கணத்தில்
அவளுக்குள் அவனும்
அவனுக்குள் அவளும்
ஊடுருவி வெளிவந்தனர்
ஒருவர் கனவினை
மற்றவர் காணும்படியாக.

∎

விடியலின் விளிம்பில்

தளர்வாடைக்குள் இருப்பது போல
நீலவிளக்கொளியில்
தன்னைப் புதைத்திருக்கிறாள்

தவிப்பிலும் அவதியிலும்
பெருகும் கண்ணீரில் கரைந்து
உடைந்து சிதறுகிற
அவளுடைய இரவின் தனிமை
அடர்ந்து நீள்கிறது

விழித்திருக்குமவள்
கண்ணயர்ந்த சிறுபொழுதில்
திடுக்கிடச் செய்கிற கனவுகளினால்
பதற்றமடைகிறாள்

மீண்டும்
உறங்க முயலுகிறாள்

வருடிச்சென்ற அன்பின்
மென்மையான கதைக்காலத்தை
நினைவூட்டுகிற கனவுகளையும்
காணுமவள்
விழிக்கிறாள்
பின் அயர்கிறாள்

விடியலின் விளிம்பில்
எதிர்வரும் எளிய உயிரைத்
தழுவிக்கொள்ள நினைக்கிறாள்.

■

காற்றின் அலைவுகள்

கொஞ்சம் பறக்கவும்
கொஞ்சம் திறக்கவும்
நிலத்தில் ஊன்றிக்கொள்ளவும்
கற்றுத்தருகிற காற்று
தன்னியல்பில் சுழலும் பொழுது
கவனம் கலைக்கிறது
மேலும்
குகைவாசியின்
ஆதிக்குரலை எதிரொலிக்கிறது
களைப்புற்ற கண்களில்
சுவாசத்தை ஒளிரச் செய்கிறது
தவிர
யாவற்றையும் புரட்டிப்போடுகிற
காற்றின் அலைவுகள்
அந்தரங்க நிலத்திற்கு
வழிப்படுத்தியபடியே இருக்கிறது.

∎

மலர்வு

ஒரு சொல்லை ஏற்று மலரவும்
அந்த சொல்லுக்குள் மொக்காகவும்
மீண்டும் பூத்து
நிலமெங்கும் வாசமாக ஆகிவிடவுமான
மாயலோகம் அதுவென
அதற்கு முன்பாக
அவள் அறிந்திருக்கவில்லை.

∎

ஆற்றின்
இக்கரையிலிருந்து அக்கரைக்குப் பயணிப்பதற்குள்
மாயத் தாமரையாய்
எண்ணிலி இதழ் விரிக்கிறது
வாழ்வின் மலர்வு.

∎

செஞ்சுடரோனின்
மெய்யுரு தீண்டலில்
தீ வளர்க்கிறது
பூவிதழ் விரிக்கும்
சிறு தாமரை.

∎

மௌனத்தின் ஆழத்தில்

தொலைதூர நட்சத்திரங்களென
பத்திரப்படுத்தியிருக்கும் சொற்கள்
நீர்ப்பறவையென
அற்புதங்களின் அடையாளங்களை
அவளுடலில் நிகழ்த்துகின்றன

மையக்கடல் அலையசைக்கும்
சமீப தினங்களில்
மௌனத்தின் ஆழத்தில் ஒளிரும் அவை
அவளுள் கலைந்து குவிகின்றன
பின் சுழன்று திரும்புகின்றன
நீர்ப்பறவைச் சித்திரங்களென.

∎

நீர்மை

ஆதிக்குடில் அமைந்திருந்த
நிலமென அவளுடல்

உணர்ந்த அவன்
என்றென்றைக்கும்
அகலாதிருக்க விரும்பினான்

மென்மையும்
வலிவுமான
அவன் தொடுதலில்
அவள் உடலில் வானத்தின் திறப்பும்
மனதில் நிலத்தின் திண்மையும்
குழைந்திழைந்து கூடுகையில்

தாழ்வான இடங்களின் நீர்மையை
உச்சிச் சிகரங்களின் காற்று
அவர்களிடத்தில்
கொண்டுவந்து சேர்த்தது.

∎

பச்சைக்கான விழைவு

எளிய ஆசைகளில்
பிரகாசிக்கும்
லட்சியங்கள் கொண்டிருக்கும்
ஆணின் சிலுவைகளை
எந்தத் தொலைவிலிருந்தும்
அடையாளம் கண்டுகொள்கிறாள்
அவனுடைய பெண்

பெண் ஒருத்தி
உடல் ஒன்றை
உவந்து சுமக்கையில்
உடலாக மட்டும் நினைப்பதில்லை

அன்பை ஏந்தியிருக்கும் அவள்
விதைப்பிற்கும் அறுப்புக்கும் வழியற்ற
பாழ்நிலத்தில்
பச்சைக்கான விழைவுகளை
நிரந்தரப்படுத்தும் அன்பை
உடலின் வழியாகவும்
நிகழ்த்துகிறாள்.

∎

இசைமை

அந்தக் காட்டுப்பூவின் வாசம்
அவளுடையது என்பதில்
ஒருபோதும்
சந்தேகம் எழுந்ததில்லை

அந்த வாசம்
அவளுடைய
மௌனத்தின் ஊடே ஊடுருவி
மனத்தின் அங்கங்களில்
ஒவ்வொன்றாய் நிரப்பிவிடும்

மனம் நிரம்புகையில்
உடல்
அடர் வனமாக.

∎

மௌனம்

மௌனத்தில் அமிழ்ந்திருக்கும் மனம்
ஒரு பறவையை வரைகிறது
மேலும்
மரத்தையும்
கிளையினுள் அமைந்த கூட்டையும்
சித்திரமாக்குகிறது

முட்டையின் வெடித்த ஓட்டிலிருந்து
முற்றிலும் விலகாத குஞ்சுப்பறவையின்
திறந்த அலகில்
தானியமாக கைமாறும் மௌனம்
பிறப்புணர்த்தும்
என்றபோதும்

பழுத்த இலைகளோடு
உதிர் இறகுகளை வரைகையில்
கலைக்க இயலாத
மரணத்தின் வசீகரத்தில் ததும்புகிறது
மௌனம்.

∎

மணற்பரலைப்போல

சுழல்களும் ஆழங்களும் மிகுந்த
அகன்ற நதியென அவளுடல்
சுழற்றியடித்த மனங்கள்
இப்பொழுதும் நினைவில்

உடலின் சாத்தியங்களை
திறந்து கொள்கிற பக்குவம்
அறிந்த பின்
அதிர்வலை எழுப்புகிற
இளமையின் இரகசியம்
அவளிடம் நம்பிக்கையை
மலர்த்தியது

நிமிர்ந்த பாறைகளின் பிளவுகளில்
வழிந்து வீழ்ந்தோடுகிற நீரில்
எல்லாவற்றையும் கடந்த பெண்ணுடல்
மணற்பரலைப்போல
முழுமையாக இருக்கிறது.

∎

கடவுச்சொல்

ஒவ்வொரு கணமும்
புதிதாக மடல் விரிக்கும்
அறிதல்களை நிகழ்த்துகிற
கூடல்களில்
உடலின் புதிர்களை
அவிழ்க்கும் படியான
கடவுச் சொல் ஒன்றில் திறக்கிறது
அறியாதிருக்கும்
திசைவெளி.

■

மீட்டல்

அப்போது தான் இசைத்து முடித்த
நரம்பிசைக்கருவியைப் போல
சுருதியின் சிறு அதிர்வை
உணர்ந்தபடியிருக்கும்
உடலை
அதற்கு முன்பாக
அவள் அறிந்திருக்கவில்லை

அறிந்திராத வகையில்
அதிர்ந்து அலையசைக்கும்
உடலிலிருந்து
பரவுகிற சிறு இசை
என்றைக்குமான புன்முறுவலை
அல்லது இறுதிக் கணத்தின் கண்ணீரை
வரவழைத்துவிடும் படியாக
விரல்களின் மீட்டலை
நினைவின் அடுக்குகளில்
பத்திரப்படுத்துகிறது.

∎

இசைந்திருந்த மௌனத்தில்

அந்தப் பயண முடிவில்
அடிவாரத்தின் ஆழ்ந்த மௌனத்தை
சாம்பல்நிறப் பறவையொன்று
தன் அகன்ற சிறகுகளால்
வாரிச்சுருட்டி விடுவது போல
வட்டமிட்டுப் பறந்த
மலையுச்சியில் அமர்ந்திருந்தோம்

அப்போது அந்த இடத்தின்
பழைமையின் வாசனையை
உணர்த்தும்படி
சுழன்று விரிந்த சிறகோடு
மிதந்துகொண்டிருந்தது அந்தப் பறவை

இந்த இடத்திற்கு
முன்பே வந்திருக்கிறோம்
திசைவெளியற்று அலைந்து திரியும்
பாணனாகவும் பாடினியாகவும்

இசைந்திருந்த காலத்தின் மௌனத்தில்
பறவையின் மென்நிழல்
அசைந்துகொண்டேயிருந்தது.

∎

உடலெங்கும்
தளிரிலை துளிர்த்து

முன்பெல்லாம்
பலமுறை அவன் பெயரை
எதிரொலித்த மலை
மௌனமாக இருக்கிறது

அஸ்தமனப் பொழுதா
அதிகாலையின் தொடக்கமா என
மௌனத்தின் அடர்வைத் தொட்டுப் பார்க்க
விருப்பம் கொள்கிறாள்

காற்றில் அசைகிற
இலைகளில் அறிகிறாள்
யாரோ பின் தொடர்வதை

வருவது அவனாக இருக்கலாம்
ஒருவேளை
அவனாக இல்லாதிருந்தால்
தவித்துப்போகும் தன்னை
எப்படிச் சமன்செய்வது

முன் நகரவும் விரும்பாமல்
திரும்பவும் இயலாத
நிலையிலிருக்கும் அவளை
நினைவினால் தொடரும்
அவனை உணர்கையில்
உடலெங்கும்
தளிரிலைத் துளிர்க்கிறது.

∎

நிலைகொள்ளா மழை

மழைக்காலத்தைப் போலவே
ஒவ்வொரு பருவமும்
இளம் இறகுகளைத் துளிர்க்கச் செய்து
முதிர்இறகுகளை
உதிர்க்கச் செய்கிறது

காற்றில் மிதந்த ஈரம்
பன்னீர் பூக்களின் வாசத்தை
இம்முறை
அவளிடம் பூக்கச்செய்திருந்தது

இளம் இறகுகளுடன்
பன்னீர் பூக்களின் வாசத்துடன்
பறத்தலின் வெளியை
அவனுக்குப் பரிசளித்தாள்

நிலைகொள்ளாமல்
தொடங்கிவிட்டது
அந்தரங்க மழை

■

கடலாழக் கனவு

    அவள் கனவிற்கு
    கடலாழம்

    உப்புச் சுவையுடன்
    அலையடித்து அசைகிறது

    மீனின் வாச
    மணற்பரப்பாகிறது

    கடற்காகங்களின்
    குரலில் விரிகிறது
    என்றபோதும்
    கனவில் அமிழ்ந்திருக்கிற
    இரகசியங்களில்
    நனைகிறது கடலின் பழைமை.

    ∎

நீர்ப்பூ

களங்கமின்மையின்
சிறுகணத்தை உணர்தல்தான்
அன்பின் பெருநிலையென
இந்தக் கோடைமழையில்
உள்ளிருந்து துளிர்த்த
நீர்ப்பூ
உணர்த்தியது.

■

அலைகுடி மரபினள்

அலைகுடி மரபினள் அவள்
விளைநிலம் போன்ற வாழ்வின்
சாரம்மிகு பாடல்களினால்
நிரம்பியது அவளின் மனம்

பல்லுயிர்கள் வாழுகிற
நிலம் முழுதும் அலைந்து
பாடல்களின் சொற்களைத் தேர்கிறாள்

காட்டினுள் நுழைந்து திரும்புகையில்
கானுயிர்களின் இணைவிழைவின்
வாசனைகளைச்
சொற்களாக உணர்ந்திருப்பாள்

வயல்வெளிகளின் நீர்ப்பரப்பில்
அயிரை தெறிக்கும்
சேற்றின் திலகம் ஏற்றிருப்பாள்

முல்லை நிலத்தின்
பரந்தவெளியில் திரிகிற
கால்நடைகளின் அழைப்பின்
வேறுபாடுகளை அறிந்திருப்பாள்

சில பொழுது
நெய்தல் நிலத்தின்
நிறம் மாறுகிற சீற்றத்தின்
குரலாகவும் ஆகியிருப்பாள்

முகிழும் காதலைப் பாடுகையில்
தாளவிசை பெருகி
சொற்களேதுமற்று
அவளே இசையாகியிருப்பாள்.

■

அதற்குப் பின்புதான்

கோடையின் அடர்வாசப் பூக்களை
அவள் விரும்பத் தொடங்கியது
அதற்குப் பின்பான தினங்களில்தான்

முடிவற்ற இரவுகளை
விரும்புகிற மனமும்
அதற்குப் பின்பானதுதான்

பால்வெளி மீன்களின்
ஒளிர்வுக்குள் தன்னை
ஒப்பீடு செய்துகொண்டதும்
அதற்குப் பின்புதான்

பெருகும் நெருப்பில்
பற்றுகிற காடெனத் தடுமாறியதும்
மூடிய இமைகளுக்குள்
வெயில் புரளத் தொடங்கியதும்
திரளும் வியர்வை
எரியும் திரவமாக மாறியதும்
அதற்குப் பின்புதான்

அப்படியான
தீ வளர்க்கும் ஒரு முத்தத்தை
கோடைகாலமே
அவளுக்குப் பரிசளித்திருந்தது.

∎

ஒரு முழு இரவின் காட்சி

இரவு
கடலைப் போல இரகசியமானது
காதலர்களுக்கு மட்டுமல்ல

நோயினால் அவதியுறுபவர்களுக்கும்
முதுமையின் உறக்கமின்மையில்
பிடிபட்டிருப்பவர்களுக்கும்
உறவுகளின் புரிதலின்மையில்
தனிமையுற்றிருப்பவர்களுக்கும்
இரவு
புதிய காட்சிகளைத் திறந்துகொண்டே
இருக்கிறது

அது
நீலமாகவும்
உப்பாகவும்
ஆழ்கடலின்உயிரினங்களாகவும்
அசையிலசையும்
சிறுதாவரங்களாகவும்
உயிர்பெற்றுஎழுகிறது
சிலபோது
கடலொதுங்கிக்கிடக்கும்
மிகப்பெரிய கடல்வாழ் உயிராகவும்

கடலின்
ஒருஅலைக்கும்
அடுத்த அலைக்குமான
கால இடைவெளியையும்
கால் நனைக்கும் தூரத்தையும்
கணிக்க இயலாதது போலவே
ஒரு முழு இரவின் காட்சியும்
அமைந்திருக்கிறது.

∎

எண்ணிலிக் கரங்கள்

பனியின் குளிர்மை
சாளரம் வழியே
உள்ளிறங்கிப் பரவியது

அந்தரங்கம்
தன்னுடைய வெதுவெதுப்பை
உணர்த்திக்கொண்டிருக்க
அகன்ற படுக்கையின்
பூவிரிப்புக்குள்
தன்னை மலர்த்திக்கொள்கிறாள்
இளமகள் ஒருத்தி

மேலும்
அதிகமாக நனைக்கிற
பனியின் அடர்வில்
மோகம் பாவனையாக
முகிழ்கிறது

அரும்பி
மலர்ந்த பூக்களின் வாசத்தை
நெஞ்சோடு அணைத்தது
காதலின் எண்ணிலிக் கரங்கள்.

∎

மூங்கிலரிசி வெடிக்கிற பருவம்

நினைவு தெரிந்த நாளிலிருந்து
அந்த மூங்கில் புதரினைப்
பார்த்து வளருகிறாள்

காற்றின் இசைமையை
அங்கிருந்தே அறிந்துகொண்டாள்
மேலும்
சரசரக்கும் அரவங்களின் ஓசை
கேட்டிருக்கிறாள்
சிலபோது
அங்கிருந்து பெருகும் வாசனையில்
காற்று அதிர்வதை உணர்ந்திருக்கிறாள்

இப்போது அவள்
மூங்கிலரிசி வெடிக்கிற பருவத்திலிருக்கிறாள்.

∎

மலையின் வாசனை

மலையேற்ற சாகசம் அறிந்த ஒருவன்
ஏறிய மலையின் உச்சியிலிருந்து
சிறிய கல் ஒன்றை சேகரிப்பதும்
சேகரித்த கல்லில்
மனதில் தோன்றுகிற
உருவங்களைச் செதுக்குவதும்
வழக்கமெனக்கொண்டிருந்தான்

பறவை
புத்தர்
பூ
மரம் என
சிறிய உளிகொண்டு
அவன் செதுக்கும் உருவங்கள்
அந்தந்த மலையின்
பிரத்யேக வாசனையை
தன்னுருவில் பொதிந்து
ஒளிர்வதை உணர்ந்திருந்தான்

ஒவ்வொரு சிற்பத்திலிருந்தும்
சுடர்ந்து பெருகும்
மலையின் வாசனையை
உடுத்திக்கொண்டான் அந்த மலையேறி.

■

பனிக்கால நினைவுகள்

இந்தப் பனிக்காலம்
எப்பொழுதுமே இயற்கைக்கு
மிகப்பக்கமாக
நம்மை வைத்துக் கொண்டிருக்கிறது

மேலும்
முத்தமிடவும்
அணைத்துக்கொள்ளவுமான
கதகதப்பைத் தேட வைக்கிறது

நிகழ சாத்தியமற்ற நினைவுகளுடன்
நெடுவழி
பயணிக்கும் ஒருத்தியை
அணைத்துக்கொள்கிறது
தனிமையின் பனிஅடர்வு.

∎

கண்காணிக்க பொழுதில்லை

உங்கள் கனவுகளை நான் கண்காணிக்க இயலாது
உங்கள் இரவுகளில் என்னை உலவ விடுகிறீர்கள்

உங்கள் பகல்களில்
என்னுடனான உரையாடல் மீது
புகை படர விட்டிருக்கிறீர்கள்

கனவு முடிந்து
விழித்தெழுந்த உங்களிடத்தில்
இச்சைத் தெறிப்பை
மிச்சம் வைத்திருக்கிறீர்கள்

ஆற்றோட்டத்தில் உருள்கிற
கூழாங்கற்களின் ஒளிர்வை காண்பவளுக்கு
உங்கள் புகைபடிந்த கனவுகளைக்
கண்காணிக்கப் பொழுதில்லை.

ஆதிச்சுனை நோக்கி

பாசி படர்ந்த மலையில்
ஆயிரமாயிரம் ஆண்டுகளின்
வாசனை

அத்தனை எளிதில்
அடையவியலாத உயரமும்
கணக்கிடவியலாத அதன் பழைமையும்
அமானுடத்தை
உருவாக்கிக் கொண்டிருந்தன
என்றாலும்
மலையுச்சியில் பெருகும்
நீரூற்றினைக் கண்டவர்கள்
தூய்மையின் அடையாளமாகக்
கொண்டாடினார்கள்

நீரூற்று பெருகி ஓடையமைக்க
மலையின்
அடுக்கடுக்கான பாறைப்பிளவுகள்
கரையமைத்திருந்தன

பெருகும் ஊற்றின் சொல் அறிந்தவன்
நிதானித்துப் பயணித்தான்
ஆதிச்சுனை நோக்கி.

■

குரலின் ஒளியில்

அந்தப்பாடலை
முதன்முறையாகக் கேட்கிறீர்கள்
சொல்லபோனால்
அந்த மொழியை

தன்னுடைய
காதலைச் சொல்கிறாளா
காதலின் வழி உணரும்
துயரைச் சொல்கிறாளா
அறியவியலா அந்த வரிகளினூடே
இணங்கி வழிகிற
பெண் ஒருத்தியின் குரலில்
உங்களுடைய மனம் திறக்கத் தொடங்குகிறது

அந்தக் குரல்
மழை பொழிந்த
இளமையை மீட்டெடுக்கிறதா
கதறியழுத கணத்தின்
நினைவை அழைத்து வருகிறதா
என்பதையெல்லாம்
ஒருபோதும் ஆராயவேண்டாம்

மூடியிருக்கும் மனதை
ஒளிரச்செய்யும் குரலின்
மகத்தான ஒளியில்
நனைந்திருப்பதைத் தவிர
தனிமையின் இரவில்
வரமேதும் இல்லை.

■

இதுவே போதும்

இதைவிடக் கூடுதலாய்
ஒரு சொல்
இதைவிடக் கூடுதலாய்
கொஞ்சம் கவனம்
இதைவிடவும் கூடுதலாய்
அணைப்பு என
ஏங்குகிற மனதுக்குத் தெரியும்
இதுவே போதும் எனவும்.

∎

சக்தி ஜோதியின் கவிதைத் தொகுதிகள்

நிலம் புகும் சொற்கள் – 2008
கடலோடு இசைத்தல் – 2009
எனக்கான ஆகாயம் – 2010
காற்றில் மிதக்கும் நீலம் – 2011
தீ உறங்கும் காடு – 2012
சொல் எனும் தானியம் – 2013
பறவை தினங்களைப் பரிசளிப்பவள் – 2014
மீன் நிறத்திலொரு முத்தம் – 2014
இப்போது வளர்ந்துவிட்டாள் – 2016
மூங்கிலரிசி வெடிக்கும் பருவம் – 2016